துடிக்கூத்து

(Dance Macabre)

துடிக்கூத்து
(Dance Macabre)

நேசமித்ரன்

துடிக்கூத்து
Thudikoothu © 2019 Nesamithran

First Edition : January 2019
by Ezutthu Prachuram
(An imprint of Zero Degree Publishing)
ISBN: 978 93 87707 74 0
Title No. EP: 42

Zero Degree Publishing
No. 55(7), R Block, 6th Avenue,
Anna Nagar,
Chennai - 600 040

Website : www.zerodegreepublishing.com
E Mail   : zerodegreepublishing@gmail.com
Phone   : 98400 65000

Cover Art : Josepe de Ribera *(17th Century Spanish Artist)*
Layout : P.Subash Chandrabose

சூரன் தன் உடலில் முருகன் நுழைய எத்தனித்த போது
கடல் அலையையே அரங்கத் திரையாகக் கொண்டு ஆடிய
வீரம் மிகுந்த ஆடல் பெயர் துடிக்கூத்து

மதிப்புரை

பெருநகரங்களைக் கட்டமைத்திருக்கும் சொல்லாடல்கள் அனைத்திலும் கண்ணுக்குப் புலப்படாத இறையாண்மையின் அதிகாரக் கரங்களின் பிடிகளில் இயங்குகிறது. தொடர் கண்காணிப்பின் வட்டத்துள் அன்றாட வாழ்வியல் நிகழ்த்தப்படுகிறது. நாமல்லாத ஒரு வாழ்வை நம்மீது வைத்துத் தைக்கப்பட்டிருப்பதை உணரவியலாத ஒருவித மயக்கினில் கழிகின்றன. வரையறைகளுக்குள் அடங்காத அதிகாரத் தின் குறியயமாக்கத்தின் வசத்தில் கட்டுண்டு கிடக்கின்றன). பெருங் கதையாடல்களின் பிடியில் சிக்குண்டிருக்கிறோம் நாம் என்ற தன்னுணர்வுகூட அற்று வாழ்ந்து கொண்டிருக்கிறோம். அவைகளை அவிழ்க்கும் கவிதையாடல்களை அகப்படுத்தும் பிரதிகளே அரசியல் மொழிக்கான முன் நகர்வுகள் எனலாம். அத்தகைய பிரதியாக்கத்தினைக் கொண்டிருப்பவை நேசமித்ரனின் கவிதைகள். நாம் எதிர்கொள்பவை மற்றும் கடப்பவை எல்லாம் உள்ளீடுற்றப் பொருண்மையை உடையவை. அதன்பின்னே இயங்கும் கார்பரேட் பெருநிறுவனங்களின் வணிகச் சொல்லாடல்கள்; நம் அனுமதியைப் பெற்றே நம்மைக் கையாளுகின்றன. எல்லோரையும் அதிகாரத்தின் அங்கங்களாக மாற்றப்படுவதற்கான நோக்கிலேயே செலுத்தப்படுகின்றன. எங்கு துவங்கி எங்கு பாய்கிறது என்று அறியாத நிலையில், ஒரு வலைப்பின்னலாய்த் தன்னை மாற்றிக் கொண்டே இருக்க; உள்ளார்ந்தத் தன்மையை இழந்துவிட்ட அல்லது மறக்கடிக்கப்பட்ட தற்கால நிலப்பரப்பின் வாழ்வு மேற்பரப்பில் தொடர்கிறது. இதையொருவித Surface Writing என்ற நவீனத்துவத்தின் பிந்தைய வகைமையில் நேசமித்ரன் தனது கவிதைகளை எழுதியிருக்கிறார். சுய விசாரணைக்கான உந்துதலற்ற மறதியின் அரசியலைக் கட்டவிழ்க்கின்றன. இக்கவிதைகளை வாசிக்கும் போது உருவாகும் மேற்பரப்பின்மீது நம்மையும் நமது கூட்டு அரசியலையும் படியெடுத்துச் செல்கிறார். மேலும் இதன் மொழியானது பன்மைக் குறிப்பீட்டை வாசகரின் மனதில் மூண்டெழுச் செய்வதற்கான வல்லமையை உடையன. அனைத்து அதிகார ஒப்பனைகளையும் கலைத்தழிக்கும் கவித்துவத்தை இத்தொகுதியின் கவிதைகள் செய் கின்றன. நம்மீது கட்டமைக்கப்பட்டிருக்கும் அடுக்குகளைக் கீழறுப்பு செய்யத் தேவையானக் கவிதையாடல்களை நேசமித்ரன் கவிதைகள் அளிக்கின்றன.

- எஸ்.சண்முகம்

1. பேரரசருக்கு நல்வரவு

Mic-1
பேரரசருக்கு நல்வரவு
இறங்குதளம் போஷாக்காய் இருக்கிறது
நிகழ்வரங்கு
இராணுவக் கொத்தளம் தயார்
புதியச் சோதனைச் சாவடிகளில்
வாகனங்களின் புட்டங்கள்
பரிசோதித்தே அனுமதிக்கப் படுகின்றன
சகலமும் பாதுகாப்பாய் இருக்கின்றன
ஓவர்

Mic-2
நகரின்
தற்காலிக சுரங்கப் பாதைகள்
தற்காலிக வழித்தடங்கள்
பாதுகாப்பாய் இருக்கின்றன
ஏடிஎம்களில்
நீங்கள் நிற்கப் பழக்கிய கால்கள்
நான்கைந்து
சுற்றிப் போகப் பழகி இருக்கின்றன
சிக்னல்களில்

காத்திருக்கச் சலிக்காது என்றே
நம்புகிறோம்
இவர்களிடம் பரிசோதிக்க ஏதுமில்லை
இவர்களில் பலருக்கு ஈரல் இல்லை
சிலருக்கு ஆறு விரல்கள்
கருஞ்சட்டைக்காரர்களை
கைது செய்திருக்கிறோம்
பலர்
வெற்றுடம்போடு வந்திருக்கிறார்கள்
இவர்களின் தோல் கருப்பாய்
இருக்கிறது
உத்தரவுக்குக் காத்திருக்கிறோம்
மற்றபடி
சகலமும் சித்தமாயிருக்கிறது
ஓவர்

Mic-3
இங்கொரு விநோத மனிதன்
அகப்பட்டிருக்கிறான்
சர்க்கஸ் ரிங் மாஸ்டராய்
இருந்தவனாம்
கூண்டுக்குள் இருந்தபடி
காட்டுக்குள் வேட்டைக்குப் புக
முயன்றதாய்
பிடிபட்டிருக்கிறான்
அவன் கைகளெல்லாம் இரத்தக்கறை
Control room
அவன்
அங்க அடையாளங்கள் பகிர்க
I repeat

Mic-3
சுமார்
ஐம்பத்தி...
For your orders Sir
Over

Mic-4
பேரரசருக்கு நல்வரவு
அவனை ரிமாண்ட்
செய்யுங்கள்
Copy

Mic-3
Copying Sir
Over

2

சூரியன் திறந்த நிலம்
தலை தட்டாமல்
அளந்து கொடுத்த மானிகள்
பூண்களில்
பச்சைக் களிம்பு படர உறங்குகின்றன
கடன் வாங்கி
நேர்த்திக் கடன் செலுத்தும் விசுவாசிகள்
பாதங்களில் ரேகைகள்
வெடிப்புகளோடு குழறுகின்றன
ஒரு கன்றை விற்ற இரவில்
கடைசிக் காலடிச் சத்தம் நீளும் தெருவரை
கேட்கும் தாய்ப் பசுவின் குரலை
கேட்டபடி புணர்தல்
ரணத்தின் மீதான மனசாட்சியின்
மௌனம்
அதுவே
தகப்பனின் மரணத்திற்குப் பின்
முதல் முதலாய்த் தன் காமத்தை
உணர்ந்து தீர்ப்பவன்
குறியை மீண்டும் போர்த்திக் கொள்ளும்
தருணம்

தொட்டாச் சிணுங்கிகள்
இலை கருகும் வெய்யில்
சூரியன் திறந்த நிலத்தில்
காற்று வெயிலில் சாணை தீட்டி
கறவைகளின் மஜ்ஜை ஈரத்தில்
பசி தீர்க்கிறது
மேகங்களுக்குக் கருத்தடை செய்தவர்கள்
ஒரு நெகிழிக் குடுவை நீருக்கு
மூன்று பிறைகள் உழைக்கிறார்கள்
நிலமென்னும் நல்லாள்
சருமமெங்கும் சோரியாசிஸ்
புழுதி பறக்கிறது
மட்கத்தெரியாத ஆணுறைகளாய்
ஆநிரை மாமிசம் வாங்கிய உறைகள்
கண்களுக்கு உள்ளங்கைக் குடை பிடித்து
வான் பார்த்துக் கிடக்கிறான்
பணயத்தில் தோற்ற மண்டையோடுகளை
அடுக்கி
பூமியின் விரைக் கொட்டைகளுக்கு
நியாயம் கேட்பவன்
பலிபீடத்தின் இரத்தம் மொய்க்கும்
எறும்புகளுக்கு
சினை ஊசி போட்டுக் கொண்டிருக்கிறார்
அரசர்

3. செக் லிஸ்ட்

அம்மா
நீ எப்போதேனும் சாராயம்
விற்றிருக்கிறாயா?
நம் அப்பா
மாட்டிறைச்சி வியாபாரியா?
யார் கோவிலையேனும்
இடித்திருக்கிறீர்களா?
எவர் வீட்டு உலையின்
தீயையேனும் திருடியதுண்டா நீங்கள்?
எண்ணெய்க்காக அண்டை தேசத்தின்
மேல்
படையெடுப்பவர்களைப் போல
சொந்த தேசத்தில்
வேற்று மொழி பேசுவதற்காய்
படையெடுத்ததில் பங்குண்டா?
நிலத்தடி நீரைக் குத்தகைக்கு விட்ட
குற்றத்தில் சம்பந்தமுண்டா?
குழந்தைகள் மீதான
கூட்டு வன்புணர்வுகளில்
கூட்டாளியா?
இவையேதும் இல்லையெனில்

எந்தக் குற்றத்திற்கு
எம் சுவாசக் காற்று பேரம்
பேசப்பட்டது
எந்தப் பாவத்திற்கு சம்பளம் எம்
மரணம்
சொல்லுங்கள் அம்மா
இவ்வளவும் செய்பவர்களை நம்பி
எப்படி
ஒப்படைத்தீர்கள் எம் இன்னுயிரை?
உறுத்தும் ஒரே ஒரு
இறுதிக் கேள்வி
யாருடைய சோதனைக் கூட
எலிகளென வளர்க்கப்படுகிறோம் யாம்?
நல்லது அம்மா!
நாளை
சமாதானப்புறாக்கள் பறக்க
ஆயுத ஊர்வலம் நிகழ
எம் இறுதிப் பெருமூச்சில்
பட்டொளி வீசிப் பறக்கட்டும்
தாயின் மணிக்கொடி
வந்தே மாதரம்

4. ஆட்சியருக்கான (துணை) விண்ணப்பம்

புணர்ந்த மறுகணம்
இறந்து போகும் விதி கொண்ட
பச்சோந்தியாய் இல்லாமல்
இன்னும் ஒருமுறை தேயும்
அனுமதியுள்ள
விசுவாசமான வங்கி அட்டை

இணைய வாடகை போல்
மலியும் எரிபொருள்
அல்லது சூரியசக்தியில்
இயங்கும் ஈருருளி

மேற்கண்டவை தவிர்த்தாலும்
நிவாரணத்தொகையைப் பகிர்ந்து
இலவசங்களைக் குறைத்து
ரேசன் கார்டுக்கு ஒன்றாய்
புல்லட் ப்ரூப் ஜாக்கெட்

5

பறவைகளை வேட்டையாடும்
பசித்த புலிகள்
உலவும் நிலத்தில்
தன் கன்றுகளுடன்
மேய்ச்சலுக்குக் கிளம்பியது
ஓர் தாவர உண்ணி
சோதிக்கப்பட்ட மண்
பரிந்துரைத்த விதைகள்
கூட்டுரம் கண்ணெரியநெஞ்செரியத்
தெளித்த பூச்சிக் கொல்லிகள்
வாரச் சந்தையில் கூறு கட்டி
விற்றுக் கொண்டிருந்தாள்
ஈரலையும் பெருங்குடலையும்
பிஸ்கட்டுகளில்
பிண்ணாக்குச் சாற்றை கலந்து
பாலில் சோயாச்சாறு பிழிபவர்கள்
அவள் கால் வெடிப்புகளில்
கிணறு வெட்ட
பாறையிடுக்குகளில் திணிக்கும்
வெடிமருந்தையே
பண்டமாற்று செய்தார்கள்
ஆயுள் ரேகையை அறுத்து

அவர்கள்
தமது அரைஞாண் கயிறு
திரிக்கிறதை அறிந்தே
குலசாமிக்கு
சாராயத்தில் சுட்ட
ஈரலைப் படையலிடுவாள்
கழுதைப்புலிகள்
தம் தூரம் அறிந்தவை
வேட்டை நிலத்தின் விதிகள்
பிறழ்வதில்லை
எத்தனை தேசத்து நேரத்தை
ஒரு வரவேற்பறையின்
கடிகார வரிசை காட்டுகிறதோ
அவ்வளவு விட்டம்
அதன் எல்லைக் கோடு
பர்கரில் சீஸ் குறைவு பற்றி
டேட்டிங் தோழியுடன் அங்கலாய்க்கும்
அந்த யுவனின்
கேண்டீன் மேசைக்கு கீழ்தான்
உழவு மாடுகளை
சங்கு கூடக் கழற்றாமல் புதைத்த நிலம்
ரிக்ரியேஷன் சென்ட்டரின்
நீச்சல் குளத்தில்
டைல்ஸில் வரைந்த டால்பின் பொம்மையில்
ஒரு கல் பெயர்ந்திருக்கிறது
அதிர்ஷ்டமிருந்தால்
செப்பனிடும் போது ஆழத் தோண்டினால்
ஒரு சோடி பாம்படம் கிடைக்கக் கூடும்
காற்றை விற்றுக் கொண்டிருக்கும்
அந்த வளாகத்தில்
தனக்கொரு கலோரி மாத்திரைக்கு
வரிசையில் நிற்பவனின்
மூப்பன் ஒருவன்
விதைநெல்லை விற்றால்
பாவமென்று நம்பிய வள்ளலாய் இருந்தான்
பறவைக்கும் புலிக்கும் தாவர உண்ணிக்கும்

காட்சியகத்தின் விர்ச்சுவல் டூரில்
சப்தம் அதிகம்
இரத்தம் கம்மி
வெற்றிகரமான அந்த கேம் டெவலப்பிங்
டீமில்
இருப்பவனுக்கு
முதலில் ஜீன் மெமரி சோதிக்கப்பட்டது
கிழவியின் வித்து
எங்கனம் சோரம் குறையும்
சுடர் கொண்ட பேரறிவு
ஈரல் விற்றேனும் யூரோ
யுரேகா... யுரேகா...

6. சக்கரவியூகம்

ஒளியை சும்மாடாய்ச் சுற்றி
மேகப் பொதி சுமந்த மலை
புதிய ஓலங்களால்
பிளிறுகிறது
மயிர் பிரித்து ஈரும் பேனும்
எடுப்பதல்ல
தழை பிரித்து
பாதை சமைத்து மலையறிதல்
கடலும் காடும்
தூரத்தில் வெறும் வர்ணம்
நீந்தத் தெரிவதும்
மலையில்
ஏற்றம் இறக்கம் அறிதலும் ஒன்றே
வனத்திற்கு நெருப்பு செய்யத் தெரியாது
ஆனால் பற்றிக் கொண்டால்
மீளத் தெரியாது
காடும் கடலும்
எப்போதும் அறியாதவனுக்கு
சக்கர வியூகம்
நுழைவது எளிது
வெளியேறுதல் கடிது
பிள்ளையை மடியில் சுமந்த

எந்தத் தாய் தீக்குளித்தாள்?
யாரோ இட்ட தீ
நீர்சுரக்கும் ஆதி முலை
பற்றியெறிகிறது

பள்ளத்தாக்கின் பறவைகள் வேறு
புதர்களில் ஒன்றி வாழ்பவை வேறு
மறியேறும் உயரம் உண்டு
குருகுகள் கூடு கொண்ட உயரம் வேறு
கழுகுறங்கும் உயரம் உண்டு
பனிக்காலக் காட்டிற்கு வேறு காது
இரவுக்கு வேறு குரல்
வசந்த காலத்திற்கு வேறு சிறகுகள்
கோடையில் வேறு உறுமல் நீர் தேடும்
நண்ப
காடென்பது செங்குத்துப் பூங்கா அல்ல
திறந்த வெளி மிருகக் காட்சி சாலையும்
அல்ல
காடென்பது
பூமியின் எஞ்சிய திமில்
காடென்பது
நம் நுரையீரலுக்கு மிஞ்சிய முலைவாசம்
கார்ப்பரேட் தர்மர்களே!
இது சதுரங்கம் அல்ல
ஆடு புலி ஆட்டக்களம்
தெரிந்தே நீங்கள் வைத்து விளையாடியது
மனித உயிர்
மேய்ப்பர்களில்லாமல்
எத்தனை மறிகள்?

7.

அரசரின் ஆடைகள் விலைமதிப்பற்றவை
அவை துகிலுரிக்கப்பட்ட நிர்வாணங்களில்
உதிரும் அந்தரங்க மயிர்களைச் சேகரித்து
கம்பளி நெசவிலிட்டு நெய்யப்பட்டவை
அவ்விதத்தில் எவ்வளவு எளியவர் அவர்
அரசரின் செங்கோல்
தற்கொலைத்த
விவசாயிகளின் முதுகெலும்புகளால் ஆனது
அதன் பூண்களில் பாருங்கள்
குருட்டுச் சிங்கங்கள்
எவ்வளவு கம்பீரம் அது!
அரசரின் குடல்
இறக்குமதி செய்யப்பட்ட
அரிசிக்கு பழகி விட்டது
நம்மையும் பழக்க விரும்புகிறார்
அவர்தான் எவ்வளவு பெரிய பொதுவுடமைவாதி
அரசர் நம் ஈரலின் மேல்
அக்கறையும் கருணையும் உள்ளவர்
பாட்டிலின் தாது நீர் பருகச் சொல்கிறார்
நிலத்தடி நீர் பானங்களுக்கானது
நமது குடும்ப அட்டை

ப்ளாஸ்டிக்கில் எவ்வளவு
பளபளப்பாய் இருக்கிறது
அது கேளிக்கைப் பூங்காவின்
நுழைவு அட்டையாய் ஒத்திருக்கிறதா
குழந்தைகள் அவற்றோடு
விளையாடும்போது
இனி
நாம் பதற்றமுற வேண்டியதில்லை
வெட்டப்பட்ட மரம்
எப்படித் தன் இடுப்பை
பிடிவாதமாக கழுத்தாய்
மாற்றிக் கொள்கிறது பாருங்கள்
நம்மைப் பிதுக்கி
பிறந்தாக வேண்டிய காலத்தை
பரிசளித்திருக்கிறார் நம் அரசர்
பிரதியாய்
அரசருக்கு பரிசளிக்க
இன்னும் நாம்
உழைத்தாக வேண்டி இருக்கிறது

8.

எந்த ஞாபக மிச்சமும்
இல்லாமல் கடந்த நாளில்
காற்று கண்ணாடியாகி
மூச்சை பிரதிபலித்துக் கொண்டிருக்கிறது
அறிவிக்கப்படாத
தற்காலிகக் கல்லறைகளில்
உறைந்து கிடக்கும் உடல்கள்
இன்னும் அழுகத் துவங்கவில்லை
ஒரு காலை இழந்தவன்
இன்னும் தன் இன்னொரு காலுக்கு
முழு உடலின் பாரத்தை
ஏற்கப் பழக்கவில்லை
விசாரணைக்கு அழைத்துச் சென்ற தந்தை
இதோ! வீடு திரும்பி விடுவார் என்றே
நம்பிக் காத்திருக்கின்றன குழந்தைகள்
நேர்ச்சைப் பிராணியைக் கொன்று
படையலிட்டுப் பகிர்ந்துண்ட பின்
அழும் குழந்தைக்குச் சமாதானம் செய்யும்
பாவனையுடன் யார் யாரோ
ஆஸ்பத்திரிக்கு வருகிறார்கள் போகிறார்கள்
புகைப்படத்தின் முன்

விளக்கு அணையாமல்
எண்ணெய் ஊற்றிக் கொண்டிருக்கிறாள்
இன்னும் எரிக்கப்படாத மகனின் தாய்
ஆம்!
மற்றபடி சகலமும்
இயல்புக்குத் திரும்பி விட்டதாய்ச்
சொல்கிறார்கள்

9. நகரின் புதிய நீலவரைபடம்

நிழல்கள் உற்பத்தியாகிக் கொண்டே இருக்கும்
மறைவிடங்களில்
அந்நிய தொனிகளில் சமிக்ஞைகள்
பெருகியபடி
செயற்கைக்கோள் அனுப்பிய
தையல்கள் நிரம்பிய கூரைகளின்
கீழோடும் நீரோட்டங்களின்
பின்னல் சித்திரம் அவர்கள் வசமிருந்தது
புதிய பாலங்களுக்கான திசைக் குறிப்புகள்
திறக்கப்படவுள்ள நவீன வசிப்பிடங்களுக்கான
வேற்றுமொழிப் பெயர்ப் பதாகைகள் வரை
மணிக்கொருமுறை பேசும் தட்பமானிகள்
தொழிலகங்களுக்கான கன்வேயர்
வழித்தடங்கள் உட்பட
பூர்வகுடிகளை
புறப் போகிகளாய்மாற்றிய பிறகு
பத்திரங்களில் பதியும்
பெருவிரல் ரேகைகளுக்குப் பிரதியாய்
தினக் கூலிகளாகி
பையோ மெட்ரிக் எந்திரத்தில் விரல் பதிக்க
சலுகை உத்தரவாதமும் தயார்

ஆனால் அந்தோ!
வாயில் காப்போன் வளையலில் துவங்கினான்
சேனைத்தலைவி கடந்து
மந்திரிக்கு முகமன் பணிந்து
செயலர்களின் கடைக்கண் பார்வைக்குப் பின்
அரசரை அடைந்த போது
அவரோ கசாப்புக்கடைத் தராசை
கையில் ஏந்தி இருந்தார்
அதன் ஒரு தட்டில்
தன் பெயரிலான நகரின்
புதிய நீல வரைபடமிருந்தது
ஏதும் அறியாமல்
தன் சல்லடை உள்ளாடையுடன்
ஒரு புராதன நதியின் சாக்கடைச் சருமத்தில்
பிரிக்கப்பட்ட தளவாடங்களின்
தெர்மகோலில்
படகு விட்டு
விளையாடிக் கொண்டிருக்கிறான்
ஓர் முதியநடிகரின் பெயரைக் கொண்ட
சிறுவன்

10

சுட்ட ஈரலும் சுடுசாராயமும்
குடிக்கும் என் தெய்வம்
அதற்கு இரட்டை நாக்கில்லை
எம் கொல்லனின் தீத் துருத்தி
ஒரு நாளும் லாடக் கால்களை
மாற்றி அறைந்ததில்லை
செத்த தகப்பனை பிய்த்துத் தின்ற
உன் இதிகாசம் சரியென்றால்
கொண்டாடி முதிர்ந்ததும்
உண்ணும்
நாங்கள் உன்னிலும் சரி
விதைப்பவனின்
மண்டையோட்டை விட
சாணம் புனிதம் என்பது
எவ்வளவு வெளிப்படையான
பாசாங்கு
நல்லது
அங்குசம் ஆளாளுக்கு வேறுபடும்
ஆதார், ரெய்டு, நீட்
எங்களுக்குப் பெருவிரல் ரேகை
உடன்படிக்கை

உயிர்களையெல்லாம்
மெய்யெழுத்துகளாக்கியபடி
பெய்யத்துவங்குகிறது கால மழை
காற்றின் மழலையை
கலவியின் ஊடு சொற்களாய்
மனனம் செய்கிறது
மலைவாசத் தலம்
அன்றொருநாள் இதேபோல்
மழை நின்ற பிறகு நிலவை
ஒரு விவாக ரத்தின் ஊர்ஜிதப் பத்திரமாய்
என்ன செய்வதென்றறியாமல்
ஏந்தி நின்றது வானம்
எப்போதோ விடைபெற்ற ஒருவரின்
சடலத்திற்கு
காப்பாளாய் சுட்டப்பட்டவர் நினைவில்
நித்தமும் ஒற்றனின் முத்தமென
ரகசியமாய் வந்து போகும்
பனி இன்று குளிராய்க் குலவையிடுகிறது
பெற யாருமற்று
கொண்டுபோக முடியாத சவப்பெட்டிகள்
புதைக்கப்படும் ஊர்
ஒரு கைவிடப்பட்ட படகாய் சதா அலை
கழித்தபடி மிதந்து கொண்டிருக்கிறது

11

காட்டாமணக்கு
ஒரு கைப்பிடி
குறைவாய் அள!
தோட்டா
துளைத்திருப்பதால்
எளிதில் எரியும்
சிதை

12. விருந்தோம்பும் அரசர்

எப்போதும் ஒளி
பார்வையிழந்தவனின்
கைத்தடியாய்த் துழாவும்
கூரைத்துளை வழி
நீர்
இருளின் இடைவளைவாய்
ஓசிகிறது
அரசர்
கரடியின் கணைய நீரில்
தயாரித்த சூப்பை
விருந்தின் துவக்க பானமாய்
பகிர்கிறார்
நிரலில் முதலில் இருப்பது
புறாவின் எடைக்குச் சமமாய்
கழுகுகளுக்கு
தொடைக் கறி வேண்டும்
கைகேயிக்கு கொடுத்த வரங்கள்
ஒரு கனவானின் விருப்பத் தேர்வு
பாம்புகளை நொதிக்கச் செய்து
தயாரித்த ஒயின்
வறுமைக் கோட்டை அழிப்பது

சுலபம்
மானியத்தை ஒழி
சலுகை நிறுத்து
குடும்ப அட்டை அழி
சந்தை விரிவடையும்
இந்த மாடுகள் இன்னும்
உழைக்கட்டும்
நரியின் தலையெலும்பு
தேசிய விலங்காம்
புலியின் எலும்புகள்
ஆண்மை விருத்தி என்பதால்
உருக்காலைக்காரர்
சப்புக் கொட்டி ருசிக்கிறார்
வரி எப்போதும் போல் வளரட்டும்
வர்க்க தூரத்தை உப்புவேலிபோல்
உயர்த்து
கொடுப்பதைத் தின்று கொன்று
சாகட்டும்
ரூபஸ் இருவாய்ச்சியும்
மலபார் மரத்தேரையும்
பிரதான விருந்தாளியின்
தட்டில்
ஏவுகோள் வழி கனிம ரகசியங்கள்
பரிமாறு
ஆயுதங்கள் பரிசோதிப்பதிருக்கட்டும்
இடைத்தேர்தலுக்கு தேசபக்தி இரை
மூக்குத்திப் பொன்னும் கணக்கில்
வரட்டும்
கடனில் வாழ்கிறவனுக்கேது
புரட்சி இரத்தம்
காகிதப் பணம் அழி
கழுகுக் கொடிக்கு
ஒவ்வொரு அரைஞாண் கயிற்று
உலோகமும்
ஒளியிடைத் திரவமாய் தெரிந்தாக
வேண்டும்

சந்தை அல்லது குப்பைத் தொட்டி
அரசே உம் முடிவு
ஈசானிய மூலையில்
வாணவேடிக்கை போல் உதிரும்
எரிநட்சத்திரம்
யாருடைய அங்கத் துறப்பு
எந்த பாலுமையின் விடுதலை
பறவை
கூவினால் புகையும்
குளிர்
எளிய உயிர்களின் கொழுப்பில்
வெந்த ஊண்பொதிச் சோறு
உஷ்ணம் கூட்டுகிறது
விருந்து மேசையை
அனுமதிக்கப்பட்ட தூரத்தில்
விருந்து முடிவதற்காய் காத்திருக்கிறது
ஒரு
தற்கொலைத்த விவசாயியின்
இறுதிச் சடங்கு
இந்த வழியாய்த்தான்
அவனது இடுகாடு

13

கூண்டைவிடப் பெரிதாய் வளர்ந்துவிட்ட
பறவை
கால் மாற்றிக் கால் மாற்றி
நிற்பதாய்
விலா எலும்புகளுக்குள்
பொருந்த முடியாமல்
கூவிக் கொண்டிருக்கிறது

தோற்ற குதிரையை
சுடக் குறிபார்க்கும்
துப்பாக்கியின் வியூகபெண்டர் வழியே
கடிகாரத்தை வெறித்துப் பழுத்திருக்கின்றன

கண்ணாடிச் சில்லில் எரிகிற மாலை வெயில்
ஊமையின் சிரிப்பாய் ஒளிர்கிறது

வளர்ப்புப் பிராணியின் கல்லறை மீது
மலர் தூவும்
முதிய விரல்களின் நடுக்கத்துடன்
நட்சத்திரங்கள் ஒளி நடவு செய்வதை
நீயும் பார்த்துக் கொண்டிருக்கிராயா!

வற்றிய குளத்தில் எஞ்சிய
கிளிஞ்சல்களை
கோழித்தீவனம் தயாரிக்க
யாரோ அரித்துக் கொண்டு போகிறார்கள்

வற்றிய குளத்தில் எஞ்சிய
கிளிஞ்சல்களை
கோழித்தீவனம் தயாரிக்க
யாரோ அரித்துக் கொண்டு போகிறார்கள்

14. பிள்ளைக்கறி தின்னும் நீதி தேவதைகள்

பிசாசு வென்றிருக்கும்
இந்தச் சூதாட்டத்தில் அறிந்து
கொடுத்தாயிற்று

உயிர் பருகத் தந்த பாகங்களை
காவலிருந்த கருவறைகளை
சுரக்கத் துவங்காத விரைப்பைகளை

துரோகத்தின் துயர் மிகு தீவதைகளை
இறையாண்மையின் பெயரால்
பிள்ளைக்கறி தின்னும் நீதி
தேவதைகளை
ஒரு யுகத்தின் பேரபத்தமாக
ஒரு முடிந்த கொடுங்கனவாக
ஒரு பைத்தியக்காரனின் திமிராக
நசியத் துவங்கும் நம்பிக்கைகள்
நம் விதியை
மாற்றத் துவங்குவது
தாள இயலாததாய் இருக்கிறது

15. வெளவாலின் சாட்சியம்

நரகத்தின் குழியில் விழித்தபோது
தரையில் அறையப்பட்டிருந்தது அவள்
உடல்
அக்கணம்
இன்னொரு மிருகம்
ஆடையவிழ்க்கும் அவகாசம்

விழித்தது அறிந்ததும்
கன்னத்தில் அறை
அவள் இருதயம்
நூறு குதிரைகளின்
குளம்படியுடன் வெடிப்பது போல்
துடித்தது

பற்தடங்கள் விரல் ரேகைகள்
ஒரு காயம் ஆறும் முன்
அடுத்த காயம்
ஆயிரம் பாறைகள்
அழுத்தும் பாரத்தில்
மூச்சு வாங்க வாய் திறந்தால் அடி

நரம்புகளில் இலட்சம் தேள்கள்
சண்டையிட்டு
கொத்தும் வேதனை
முதுகுத்தண்டில் சிராய்ப்புகள்
தொடையிடையே உதிரக் கசிவு
மரணத்திற்கான சுங்கக் கட்டணமா
இந்த வல்லுறவு

திரி கிள்ளிய வெடிகளை
வயிற்றுள் எறிந்தாற்போல்
துடிக்கிறதவள் பிஞ்சு உடல்

நாற்றமெடுத்த
மலச்சிற்பங்கள்
மேல் ஊறும் போதெல்லாம்
குடலைத் துப்பி விட முடிந்தால் நல்லது
என்பதாய்
அவள் கதறுகிறாள்
கூரை வெறித்த விழிகளோடு
அவள் இறைஞ்சியதெல்லாம்
கோடி ஊசிகளால் தைக்கப்படும்
இந்த அறையில் இருந்து விடுதலை

மார்புகளை அறுத்து
வாலாபாக் சுவர்களில்
ஒட்டி வைத்த உங்கள் தேசத்தில்
இந்தக் குறிகளை அறுத்து
தோரணம் ஆக்க வழியில்லையா

எக்காளமும் சிரிப்பும் ஒலித்த
கோவில் கருவறையில்
இன்னும் ஓர் பருத்த குறியாய்
நின்றிருந்தது தெய்வம்
அவள் பயமெல்லாம்
ஏதோ ஒரு கணத்தில்
அதுவும் தன்னுள் திணிக்கப் படுமோ

என்றுதான்
உண்மையில்
அது ஒரு கொடிக்கம்பம் போல்தான்
அங்கு இன்னும் நின்று கொண்டிருக்கிறது
அதைப் பார்த்தபடிதான்
அவள் இறுதியாய்ச் சுவாசித்தாள்

#asifa

16. பத்திரமான உலகத்தைச் சத்தியம் செய்திருந்தோம் மகளே!

உலகின் மறுமூலையில்
ஏதும் அறியா
சிறுவர்களின் சுவாசப் பையை
நஞ்சேறிய காற்று நக்கத் துவங்கியிருக்கும்
இன்றைய நிலாவின் கருப்பை வாயிலில்
பதினான்கு தையல்கள்
அதிலிருந்து உதிரம் வழிந்து
கொண்டிருக்கிறது
இரைப்பையின் பாதைகள்
சுடுகாட்டைச் சுற்றி வரும்
இந்த நகரத்தின் மூலையில்
இலவசத் தொலைக்காட்சியை
வெறித்து நடுங்கியபடி
தன் மகளின் தலைகோதிக்
கொண்டிருக்கிறாள்
ஓர் இளந்தாய்

புறநகர்த் தியேட்டரில்
சிவகங்கைச் சீமை
எல்லோரையும் அழித்து விட்டு
யாரை ஆளப் போகிறாய் என்பது
மாதிரி

யாரோ யாரையோ கேட்டுக்
கொண்டிருந்தார்கள்

நகரத்தின் கடைசி ரயிலில்
கண் அறுவை சிகிச்சை முடிந்து
முதிய தகப்பனை கைத்தாங்கலாக
வீட்டுக்கு அழைத்துச் செல்கிறான்
யாரோ ஒரு மகன்

ஆம்! நாங்கள் பத்திரமானதோர் உலகை
சத்தியம் செய்திருந்தோம் மகளே!

17

எலும்புக் கூட்டிலிருந்து
ஒரு நதியை உயிர்ப்பிக்க
ஆறுகோடி பேரின்
நவகண்டம் கேட்கிறாள்
நூறு கோடி முகமுடையாள்

எண்சாண் உடலுக்கு
சிரசே பிரதானம்

18. அசெளகர்யங்களுக்கு வருந்தும் அரசர்

நீங்கள் உங்கள் ஊதியத்தை
அந்த எந்திரத்திடம் யாசிக்க
நிற்கும் வரிசை சற்றே நீண்டது
நரம்புச் சிடுக்கு
மிக வெட்டி இழுக்கும் கால்கள்
விடாய்ப் பஞ்சு கனக்க
மாற்ற இடம் விசாரித்துக் காத்திருக்கும்
கால்கள்
முதுகுத்தண்டில் தகடு வைத்து
கால் மாற்றி கால் மாற்றி நிற்கும் கால்கள்
டயாலிஸிஸ் செய்ய
பணமெடுக்கக் காத்திருக்கும் கால்கள்
கர்ப்பப்பையை எடுத்து
சில நாட்களே ஆன கால்கள்
செயற்கைக் கால்கள்
சக்கர நாற்காலிகள்
தங்களுக்கு நேர்ந்த
அசெளகர்யத்திற்கு வருந்துகிறார்
அரசர்
இடையில் உங்களுக்குப் பார்க்க
அனுமதிக்கப்பட்ட

அந்த பெண்ணம் பெரிய நிலவு
அரசரின் பரிசு
உழைப்பின் உப்பை பண்டமாற்ற
இனி நாளங்காடிகளில்
பேரம் பேச வேண்டியதில்லை
நெகிழிகளில் விலையொட்டிய
தூய காய்கறிகளை
விற்க ஏற்பாடாகி இருக்கிறது
விவசாயிகள் தற்கொலை குறித்து
அரசர் வருந்தும் அதே நேரத்தில்
அரசர் உங்கள் ஆரோக்கியத்தில்
அக்கறையாய் இருக்கிறார்
உங்கள் விரல்களுக்கு
மெஹந்தி போட்ட வங்கி ஊழியர்
உங்கள் பால்ய பிராயத்தின்
தேர்தலை நினைவூட்டினாரா!
அது அரசரின் பரிசு
எல்லைகள் பத்திரமாய் இருக்கின்றன
நாட்டில்தான்
திருட்டுக்கு எல்லையில்லை
இதற்குத்தான் இணையம்
இலவசமானது
நாம் மின் பரிமாற்றங்களுக்குப்
பழகுவோம்
சிறுவாணிபம் சீர்கேடு
ஒற்றைச் சாளர வணிகம்தான்
உலக வல்லரசாக்கும்
கடனட்டைகள் தர
அமெரிக்க வங்கிகள் தயாராய்
இருக்கின்றன
ஆதார் அட்டைகள்
அனைத்தையும் இணைக்கும்
தங்களுக்கு நேர்ந்த
அசௌகர்யத்திற்கு வருந்துகிறார்
அரசர்
டோலக்பூர் உங்களை வரவேற்கிறது

ஒரு கண்டிப்பான தகப்பனைப் போல்
இருக்கிறார்
நம் அரசர்
சிக்கனமாய் வாழ நமக்குப்
பயிற்றுவிக்கிறார்
தவணைகள் போக எஞ்சி
வாழ்வில் தன்னிறைவாய் வாழ
நாம் தேர்ந்தவர்களாய் இருக்க
எவ்வளவு எத்தனிக்கிறார் என்பதை
நாம் புரிந்து கொள்ளத்தான் வேண்டும்
பே டி எம் நிரலி சீனனுடையது
என்பதெல்லாம் புரளி
எஞ்சிய பாரம்பர்ய விதைகள்
மிஞ்சிய பசு வகைகள்
மீதமிருக்கும் விளைநிலங்கள்
இவற்றைக் கைமாற்ற ஆவண செய்யப்படும்
தங்கம் முதல் உங்கள் மலத்தின்
மில்லிகிராம் அளவு வரை
உச்ச வரம்பு உண்டு
தியாகங்கள் மகத்தானவை
நாம் பழகிக் கொள்ளத்தான் வேண்டும்
அரசர் உங்கள் சந்ததிகளின் நலனில்
அக்கறையோடு இருக்கிறார்
கூடவே உங்களுக்கு நேர்ந்த
அசௌர்யங்களுக்கு மனம் வருந்துகிறார்
ஜெய் ஹிந்த்!

19. ரசமட்டத்தின் குமிழ் மையத்துக்கு நகர்கிறது

தன் மாலை நடையிலிருந்து
கோட்டைக்கு மீண்டார் இளவரசர்
ஓர் வளர்ப்புப் பிராணியுடன்
தன் செல்லப் பிராணி நிலத்தில் வளர
நன்னீரில் தகவமைத்த குளம்
கண்ணீரின் உப்பை
சேர்க்கச் சேர்க்கக் கரித்தது
இப்போது வாழ இதம்
ஆகார வேளையில்
காய்ந்த மண்புழுக்கள் தந்தார்
அது காடு கேட்டது
அதன் பசிக்குக் காடு தந்தார்
கபாலங்கள் கேட்டது; கபாலங்கள் தந்தார்
கழனிகள் கேட்டது; கழனிகள் தின்று
குன்று கேட்ட அப்பிராணி
இரும்புத் தாது வாசனைக்கு
வாலாட்டி குழைந்து நிற்கிறது
(கருவாகும் போதே தந்தையரை
கொன்று விடும் அக்கடலுயிரியைப்
பிரசவிக்கும் போது தாயும் மாயுமாம்)
அரசர் திறந்து வைக்கப் போகும்
தாவரங்களின் கல்லறைக்கு

தூக்குக் குண்டு கொண்டு
அளக்கும் கொத்தனின் கரம்
ரசமட்டத்தோடு
ஆதாமின் பாலம் வரை நீள்கிறது
அதன் பச்சை நிறம் வசீகரம்
அதற்கு எட்டு கரம்
மேற்பார்வையிட வரும் இளவரசர்
தான் வளர்க்கும் ஆக்டோபஸின்
மகத்துவத்தை
பிரசங்கிக்கும் சப்தம்
உங்களுக்குக் கேட்கிறதுதானே!
இடையிடையே பாருங்கள்
மெல்ல மெல்ல ரசமட்டத்தின் குமிழ்
மையத்தை நோக்கி நகர்கிறது

20

புதிய தளிருக்கு வேர் விட
பாடம் எடுக்கிறது மின்னல்
தாவரத்தின் இலைகளில் இருந்து
மீன்களின் அசை துடுப்புகளில் ரேகைகள்
ஆனால் கேட்பதற்கு ஆகா
சர்வாதிகாரிகளின் காதுகள்
காட்சிப் பொருள் மட்டும்
மழைத்துளிகள் நரம்புகளுக்கு
மாதிரியாய் இருந்திருக்கலாம்
நதி உதிரம்
மண் தசை
அட்டைகள் உறிஞ்சி முடிக்கும் வரை
தெரிவதே இல்லை

பறவைகளுக்கு
இடது கண்ணுக்கும் வலது கண்ணுக்கும்
நடுவே
இருக்கும் பாதைதான் ஆகாயத் தடம்
கண்கள் நகர்ந்து சமதளத்தில் நின்று
நூறு கோடி வருடங்களுக்குப் பிறகுதான்
பூமி வட்டமானது
பறவைகளின் அலகுதான்

தோட்டாவை விட வலிமையானது
மரம் துளைத்து
கூடு செய்ய முடிகிறதை விட
ஒரு தோட்டாவின் பயணம் எவ்வளவு
குறுகியது
பரிணாமத்தில்
சிறகுகளில் இருந்துதானே கைகள்
எனில் பறத்தலைவிட
கைகள்
மகத்தானவற்றைச் செய்ய உகந்தவை

எந்தச் சிறகும்
வெட்டிய தலையோடு
வீதியுலா வருவதில்லை
அணுக்கதிர் கசிந்த வெளிக்குள் இருந்து
30 வருடம் கழித்து
வெளியேறும் பறவை முன் மண்டியிட்டு
இந்தக் கைகள் கூப்பத்தானே எழுகின்றன

21

சூரியத் தகடுகள் பதித்த
கூரைகளின் மேல்
பருவம் தப்பிய மழை
ஒரு கறுப்புக் கண்ணீரைப் போல்
வழிந்து கொண்டிருக்கிறது

இந்த வருடம்
வலசைக்கு வந்த பறவைகள்
திகைத்துப் பரிதவிக்கின்றன
இரண்டு பனை உயரத்திற்கு நிற்கும்
காற்றாலைக் கம்பங்கள் கண்டு
கூடு கட்டிய இடத்தில்
ப்ளாட் எண் வரைந்த
வெள்ளைச் சமாதிகள்

சுட்ட களிமண் பாண்டத்தை
சுண்டும் சப்தத்துடன்
துவங்கிய நடை
மெல்ல நெருங்கி
ஒவ்வொரு இருக்கையாய்த் தயங்கி நிற்கிறது
அந்தத் தாங்கும் அலுமினியக் கால்
ஒவ்வொருவரும்

ஒவ்வொரு உறங்கும் பாவனையில்
கலைடாஸ்கோப்பை உருட்டுவதாய்
எலும்புகளை இட்டுத் திருப்பிக்
கொண்டிருக்கிறான்
ஜன்னல் வழியே
டிஜிட்டல் விவசாயத்தில்
முப்போகம் விளைவித்து
ஆப்பில் ஆர்டர் செய்து
ஏரோபிளேனில் உண்ணும் சர்வாதிகாரி

கருப்பை அகழ்ந்து வீசி விட்டு
தனிமையில் கட்டில் விட்டகலாமல்
கிடக்குமொருத்தியின்
இரவு நேர சாளரத்தின் வழியே
ஒரு சினைத்த வவ்வால் நுழைழந்து
உத்திரத்தில் தொங்கத் துவங்குகிறது

அதிகாலை விழிப்பில்
இன்னும் ஈரம் மினுங்கும் விதைகளை
உமிழ்ந்து பெயர்ந்திருந்தது
அந்தப் பாலூட்டிப் பறவை

22

சூழும்
ஊழிநீரில் உதிரமுண்டு
பிணத்தின் நிணமுண்டு
பீயுண்டு
விடாயுதிரம் உண்டு
அதைத் தின்னும்
மீனும் பன்றியும்
அவதாரத்தில் உண்டு
பால் தந்த புலிக்கும் விடாய் உண்டு
நதியோ உடலோ தெய்வமோ
அதன் பாதைகள் அடைக்காதீர்
தாழ் திறவீர்

23 நதி

வலியில் கிளர்ந்து
பேராசை புணர்ந்த
காயங்கள் ஆறிவிட்டன
சிறையில்
வயதேறும் தகப்பனின்
தொலையும் ஆயுளோடு
வளரும் மகளாய்
மடை திறந்து வெறித்திருக்கிறது வாழ்வு
வானம் திறந்தால்
கொள்ளப் பாண்டம்
செய்ய அறியாத
வலுவற்ற கர்ப்பப் பை
மேடு தட்டிய நிலம்
ஆம்!
காய்த்த கை நடுங்க
கொல்லன் ஏந்தும் சிசுவாய்
அன்பை சேமிக்கப் பயிலாத
பைத்தியர்களின் விடுதி இவ்வுலகு

25

அந்தியில் ரசமிழுக்கும்
நீர்க் கண்ணாடிகளைப் போல்
ரசமிழந்து கொண்டிருக்கிறது சகலமும்
இருள் எங்கும் இருள்
வெள்ளைக்காடாத்துணி போர்த்தப்பட்ட
உடல்களில்
இன்னும் சிவப்பு கசிந்து கொண்டிருக்கிறது
பௌர்ணமி மழையில்
நனைந்தாடப் பழக்கிய
தகப்பனின்
அங்க அடையாளங்கள் சொல்லத் தெரியாத
குழந்தைக்கு
வானிலிருந்து வந்த ஆயுதம்
எந்தத் தெய்வத்தினுடையது
என்று தெரியவில்லை
கடவுள் வசிப்பதாய் வணங்கிய
உயர்ந்த கோபுரங்கள்
குடல் சரியக் கிடக்கின்றன
திசைகளை மழித்த புகை
தப்பியோடுகிற திசை
பூமிக்குள்ளே என்று கைகாட்டுகிறது

கைவிடப்பட்டவர்களின் நகரத்தில்
இவர்களின் பிரார்த்தனையைக் கேட்க
எந்தத் தெய்வமும் இல்லை
இருள் எங்கும் இருள்
யாராடும் சொக்கட்டானின்
வெட்டுப்படும் காய்கள் நாம்?
எவர் கடையும் அமுதுக்கு
மத்தாகின்றன இந்தப் பிஞ்சு
மண்டையோடுகள்?
எவரெழுப்பும் எலும்பு கோபுரத்திற்கு
உதிரப்பலி இந்த தேசம்?
பதில் தெரிந்த கேள்விகளுடன்
இந்தக் கவிதை எழுதும்
கையாலாகாத கவிஞனுக்கு
என்ன தண்டனை?

26. பழக்க முடியாத ஓநாய்கள்

ரகசியமாய் வெறுக்கப்படும்
சொற்களால் ஆனது
எங்கள் புத்தகம்

வரலாறு எழுதுகையில்
கவனமாய்த் தவிர்க்கப்படும்
பழங்குடிகள் கதை எம் பயணம்

கரையொதுங்கிய சங்கு
அரசியலின் தெரிவு மறதியில்
விலக்கப்படும் பெயர்கள்
அதன் பின்னொரு
கடல் மூச்சு மீதமுண்டு

கொன்ற விலங்கின்
உதிரத்தில் தோய்த்து வரைந்த
பாறை ஓவியங்கள்
'இருந்ததற்கான' சாட்சிகள்
அதில் பரிசில் குறிப்புகளேதும்
கிட்டா

ஆம்! நாங்கள் பழக்க முடியாத
ஓநாய்கள்

27. நீச பாஷை பேசுபவரின் தெய்வங்கள்

மேலும்
நாங்கள்
நிலத்தின் கீழ் இருப்பதைத் தின்பவர்கள்
நீங்கள்
நிலத்தின் மேல் விளைவதை
புழுங்க விடாமல் உண்பவர்கள்

நாங்கள்
நிலத்தின் மேல் சுரப்பதை
அப்படியே குடிப்பவர்கள்
நீங்கள்
நொதித்த பின் காய்ச்சி அருந்துவோர்

கைதி எண்ணுக்குக் கவளம் என்பதும்
அடையாள அட்டைக்கு மதியம் என்பதும்
ஒன்றெண்ணும் மத்தியம்
மத்தகம் கலங்கிய உச்சத்திலிருந்து
பேசுவது
எப்போதும்
உங்களுக்கு ஈவது தெய்வம்

எங்களுக்கு
பெறுவதெல்லாம் உறவு
நாங்கள் பெற்றது
அஃறிணையிடமிருந்து
நீங்கள் உழைக்காததால்
உயர்திணையிடமிருந்து
ஒன்று யாசகம்
மற்றது பயன்

மேலும்
நாங்கள்
குடிமக்களாய் வாழ்ந்தோம்
இலவசங்கள்
எங்கள் ஈரலைக் கொதிக்க வைத்து
எமக்கே கொடுத்த விஷம்

கொழுந்துகளைக் காட்டிக் கொடுப்பதால்
யாருக்குத் தகவல் விற்கிறது
இத்தேசம்
சொந்த தேசத்தில்
ஒரு தலைமுறையை அகதியாக்கி
எந்தப் பிள்ளையை வளர்க்கிறார் பேரரசர்

எங்கள் நெருப்பின் வாயுக்கள்
படிந்த தாவரம் என் நிலம்
நீங்களோ பனிமலையின்
பச்சையம் பார்க்காத
குகை முன் தவமிருப்போர்

நிலத்தின் மேலும் வறண்டு
நிலத்தின் கீழும் இருண்டு
தகித்துக் கிடக்கிறது பீட பூமி
வல்லரசுகளுக்கு
எங்கள் உடல்களை
பரிசோதனைப் பிராணிகளாக்கிய
அதே பேனாக்கள்தான்

எங்கள் நிலத்தை
சோதனைக் கூடங்களாக்கின

ஓஹியா லகுவா
எரிமலைக் குழம்பில்
முதலில் பூக்கும் தாவரம்
அது தக்காணத்திலும் பூக்கிறது
என்பது தகவல்

28

கான்க்ரீட் காட்டின் நடுவே
சாலையெங்கும்
லாவா வழிவது போல்
ஒளியின் பேயுலா

ஈரலை விற்று
மாதாந்திரப் பயண அட்டையை
புதுப்பிக்கும் அவள்
தனது முதல் சைக்கிளை
பரிவோடு நலம் விசாரிக்கிறாள்

ரயில்கள்
தேவதையின் இரவல் மடியாய்த்
தோன்றுகின்றன
சைத்தான்களின் சாப நிழலில்
பயணிக்க நேர்கிற மாத இறுதி

வாழ்வதற்கு குடக்கூலியாய்
தசையை அரிந்து கேட்கிற
இம் மா நிலத்தின் தண்ட நாயகர்களுக்கு
கப்பம் அவள் வியர்வை

எடுத்தாலும் கொடுத்தாலும் வரி
ஈட்டினாலும் கட்டினாலும் வரி
செத்தாலும் வரி
தொடைகளில் உதிரம் வழிய
ஈட்டியதெல்லாம் காலில் வைத்து
வாமனனுக்கு தலை நீட்டிய
மகா வலித் தருணம்
கெடுக நின் ஆயுள் எனச் சபித்து
உறங்கிப் போனாள்
கையறு செங்கோலைப் பற்றிப் படர்ந்திருக்கிறது
ஆராய்ச்சி மணியின் நாக்கு

29

வெட்டியவள்
சாட்சிக்கு கொண்டு போன தலையை
மீண்டும் கொணரும் வரை
இந்த உடலை வைத்துக் கொண்டு
என்ன செய்வது ?!
அடையாளமற்ற உடலின்
சுதந்திரம் பற்றி கதைத்துக் கொண்டே
விடிந்தது
கொம்பன் ஆந்தையுடனான இரவு

30

அவர்கள்
விதைக்கவும் இல்லை
அறுக்கவும் இல்லை
திருடிக் கொண்டார்கள்

31. உபரி உயிர்களின் அரவான் பலி

தலையே கிரீடமாய்
பிறந்திருக்க வேண்டிய உயிர்
தொப்பியே திருவோடாய்
ஏந்திய காலனால்
பிறவாமலே போயிற்று
அதிகாரத்திற்கு முன்
வரிகட்ட வளர்க்கப்படும்
உபரி உயிர்கள்தானே நாம்!
ஆம்! உபரி உயிர்களின்
சர்க்கஸ் கூடாரம் இது

32. இரண்டு சொற்களின் கதை

தற்செயலாகப் பெய்து
தற்காலிகமாக நின்று போனதொரு
நாளில்
தற்காலிகமாக திறந்து விடப்படுகிறது
ஒரு நதி
தற்செயலாய் நினைவு வந்து
செய்யப்படுகிறது தேர்
தற்காலிகமாகத் தடை விதிக்கப்படுகிறது
ஒரு விளையாட்டு
தற்செயலாய்ப் பாடமாக்கப்படுகிறது
புதியமொழியில் புதிய வரலாறு
தற்காலிகமாகச் செப்பனிடப்பட்ட சாலையில்
லாடம் புதைய நடக்கின்றன
தற்காலிக அடிமாடுகள்

மேலும்
தற்காலிகமாக உளியடித்து
இறக்கப்படுகின்றன கூடாரங்கள்
தற்செயலாய் தீப்பற்றிக் கொள்கின்றன
வீடுகள்
தற்காலிகமாய் விதிக்கப்படுகிறது

தடையுத்தரவு
தற்செயலாய்க் கைது செய்யப்பட்டு
தற்காலிகமாய் விடுவிக்கப்படுகின்றனர்
தேசவிரோத சக்திகள்
தான்தோன்றியாய் நிலத்திற்கு கீழோ
நிலத்திற்கு மேலோ
ஏதோ ஆய்வகங்கள்
தற்காலிகமாக முளைக்கும் நாளில்
தற்செயலாய்ச் சிலர் அகதிகளாகிறார்கள்

திடீரென ஒருநாள்
தற்காலிகமாக யாரோ தரும் பெட்டிகளில்
தற்காலிகமாக அச்சடிக்கப்படுகின்றன
புதிய கனவுகள்
தற்செயலாக அவர்களின் பெயர்கள்
அரிசியில் எழுதப்படுகின்றன
தற்செயலாக அவர்களது வீடு
சுபிட்சமடைகிறது
தற்காலிகமாக அவர்கள்
வணங்கப் பெறுகிறார்கள்

எல்லாம் முடிந்தபிறகு
அல்லது துவங்கிய பிறகு
எடுத்த இடத்திலேயே
வைக்கப் படுகின்றன பெட்டிகள்
கூட்டிச் சென்ற இடத்திலேயே
இறக்கி விடப்படுகின்றனர்
தற்காலிகமாய்ப் பிறந்தவர்கள்
உறங்கிய வீதியிலேயே
விழிக்கின்றன கனவுகள்

எல்லாம் முடிந்த பிறகு
அல்லது துவங்கிய பிறகு
தற்செயலும் தற்காலிகமும்
தம் தவறை உணர்ந்து
அகராதிக்கே மீண்டும் திரும்புகின்றன

பின்னர் அவர்களில் சிலர்
வழக்கம் போல்
நீருறிஞ்சப்பட்ட நிலத்தில்
கிணற்றின் சூரியனை
தலையால் முத்தமிடுகிறார்கள்
பின்னர் அவர்களில் சிலர்
வழக்கம் போல்
எஞ்சி நிற்கும் மரத்தில் தம்மை
தூக்கிலிட்டுக் கொள்கிறார்கள்

33

ஒரு
கார்ட்டூனை வரைய
எத்தனை குரல்வளைகளில்
கொப்பளித்த இரத்தம்!

34

உங்கள்
உதைபந்துக்குள் இருக்கும் காற்றில்
தப்பி நுழைந்த நீர்த்துகள் நான்
தயை கூர்ந்து விடுதலை அளியுங்கள்
உங்கள்
பேய் வரவழைக்கும் மந்திரப் புத்தகத்தில்
ஒரு சொல் நான்
வெகுகாலம் உக்கிரமான வேட்கையோடே
உச்சரிக்கப் பட்டிருக்கிறேன்
ஆசுவாசமளியுங்கள்
கவிழ்ந்திருக்கும் சிப்பி மீது
பெய்யும் மழை
ஒரு மணற் காளானை
வளர்க்கப் பார்க்கிறதே!
அந்த அவகாசம் போதும்
என் விலா எலும்புக் கூட்டை
தொடை எலும்புகளில் இருந்து
பெயர்த்தெடுத்துக் கொள்வேன்

35

கடல் வாசல்தான் எங்கள் வாடிவாசல்
அத்தனை தலைகளையும் திரட்டினால்
அதுவே எம் திமில்
பதினேழுக்கு முன் பதினேழுக்குப் பின்
இனி இதுவே எம் பண்பாட்டின்
நாட்காட்டிப் பகுப்பு
விடுபட்ட மூக்கணாங்கயிறு வழிதான்
மூச்சுவிடும் காளையும் நாளையும்
விதை நீக்கம் பழங்களோடு நிற்கட்டும்
உங்கள் கருப்பைக்கு நீங்களே பொறுப்பு
ஆம்! இப்போது மட்டும் கடல்தான் எங்கள்
வாடிவாசல்
அத்தனை தலைகளையும் திரட்டினால் திமில்

36. அனுமதிக்கப்பட்ட புரட்சி

ஓர் இடைவேளை
காலக்கெடு முடிந்து விட்டது
வீடு திரும்புங்கள்
கருணை ததும்பும் புன்னகை
உங்களுக்குச் சூட்டிய மலர் மகுடம்
உலர்ந்ததும்
முள்தண்டுகளின் தீவிரம் துவங்கும்
கலைந்து செல்லுங்கள்
மேய்ப்பனற்ற மந்தையென்று
எதுவும் இல்லை
இதோ! உங்கள் மேய்ப்பன் ஆணையிடுகிறேன்
பட்டிகளுக்குத் திரும்புக
மேடை ராஜாவின் செங்கோல்
உங்கள் பதாகைகள்
காட்சி முடிந்து விட்டது
திரையை இறக்கும் நேரம் இது
நாடகத்தின் நீதி இதுவே
அதிகாரத்தின் சிநேகப் புன்னகை
வயிறு நிரம்பிய சிங்கத்தின்
மாலை நடை
பூங்கா மூடும் நேரமாயிற்று
எழுந்திருங்கள்

37

ஒரு சிலும்பி புகை வாங்க
இரத்தம் நிரப்பி வைத்திருக்கும் பாண்டம்
ஒரு விசாரணைஅறையில்
தலை கீழாய்த் தொங்கும்
சிரத்தின் கண்கள்
இரட்டைக் கரு சுமப்பவளின்
இரவு நேர இருதயம்
ரணமேறிய மார்புக் காம்போடு
வயிற்றுப் போக்குள்ள பிள்ளைக்கு
பால் மறுப்பது
ஒரு தேசத்தின் மூவர்ணக்கொடியிலிருந்து
ஒரே நிறம்
கொடியெங்கும் பரவுவதை
பார்த்துக் கொண்டிருப்பது

38

ஒரு மகுடம் செய்ய
எத்தனை கபாலங்களின்
குருத்தெலும்புகள் வேண்டி இருக்கிறது
சீட்டுக்கட்டின் கோமாளிச் சீட்டு
உன் ஓட்டு
உனது வாழ்வுதான் பணயப் பொருள்
மடியிலிருந்து களவாடிய சீம்பால்
உன் கனவு
ஒரு சிப்பாயின் உதிரத்துளி
அது கோரும் விலை
சலுகை என்பது
உன் ஈரலின் திசுவில் செய்த
தலையாட்டி பொம்மை
கைமாறி கைமாறிச் சேரும் சிறையுணவுத்
தட்டு
உன் உரிமைகள்
உன் ஓட்டு
ஒரு செல்லாத நாணயம்
ஆனால் தங்கத்தில் செய்யப்பட்டது
இப்போது அது
இறந்து போன அடகுக்காரன்
பெட்டகத்தில் இருக்கிறது

39

ஒவ்வொரு முறையும்
இன்னொரு சந்தர்ப்பத்திற்குக்
காத்திருப்பவர்கள்
இப்போதும் வரிசையில் நிற்கிறார்கள்
முதலில் வலது
இம்முறை இடது என
வழித்து
அத்தாட்சி மையும் வைத்து
வெளியேற்றுகின்றன
இரண்டு வெவ்வேறு எந்திரங்கள்
காவலாளி
கண்காணிப்பு காமிரா
கடவு எண்
கடவுச் சொல்
கை ரேகை
அடையாள மை
கடைசியில் அவன்
சொந்த வீட்டில்
திருடன் ஆனான்

40. கொல்லும் கலை

முதன்முறை நெஞ்சு பதைக்க
பிரார்த்தித்தபடி இருந்த நீங்கள்தான்
இன்று
சிங்கம் மானைக் கவ்விக் கொண்டு போவதை
வெறுமனே பார்த்துக் கொண்டிருக்கிறீர்கள்
அதில் ஒரு விளையாட்டின் சுவாரஸ்யம்
கூடிவிட்டது இப்போதெல்லாம்
தன் குட்டிகள் தப்பி விட்டதை
உறுதி செய்தபடி
சிங்கங்களின் நாவுகளுக்கு
உடலைக் கொடுத்திருக்கும்
மானும் நானும்
வதைக்கும் நேரத்தைக் குறைப்பதைவிட
ஆகச்சிறந்த
கருணை எதையும் எதிர்பார்க்கவில்லை

41. மெரினா

சுயமிகளாய்ச் சுடரும்
மின்மினிகளைக் குழைத்து
ஒரு சூரியனை வனைவதற்கு
இலட்சம் கண்கள்
எரிய வேண்டி இருக்கிறது
உப்பு இம்முறை
இமைகளுக்கு வெளியே படிந்து
பனியில் நெய்யாக
சுடர் தழைத்தெழுகிறது
குளம்புப் புதைவென
மெல்ல மறையத் துவங்குகிறது
தேய்பிறை

42

சிறுவர் நாடகத்தில்
முத்துக்களை ஊன்றி
பசுவின் பாலை ஊற்றி
ஓர் அதிசய தாவரத்தை
வளர்க்கிறார்கள்
இங்கே கொடிமரம்
பாலுக்குப் பதிலாய்
இரத்தம்

43. நார்சிஸ்டுகளின் செல்ஃபி ஆல்பம்

அவர்கள் செப்பிடு வித்தைக்காரர்கள்
ஒருவன் சொர்க்கம் பற்றின கனவுகளையும்
மற்றவன் வாழ்க்கை பற்றின கனவுகளையும்
செப்பி விற்றுப் பிழைப்பவர்கள்
தாம் அநாதிகள் என்பது
ஒருவனுக்கோ தியாகம்
அடுத்தவனுக்கோ புனிதம்
சகுந்தலையும் சீதையும்
சொன்னாலன்றி எப்படித் தெரியும்
புனிதமும் வீர்யமும்
பிணந்தின்னிக் காளான்களின்
அரண்மனைகளில் வீற்றிருப்பவர்கள்
காலுக்குக் கீழே கூடுகள் கூடுகள்
மற்றும் எலும்புக்கூடுகள்
நதியின் பாதை மறித்த
நகரின் விதியைப் போல்
யானைகளின் பாதையை மறிப்பவர்களுக்கும்
ஓர் கதையுண்டு
சதா சபிக்கும் வேர்களின் மேலமர்ந்து
ஓதும் மந்திரங்கள்
யாரை ப்ரீத்தி செய்யும் சாத்தான்களே?

இரண்டு
நார்சிஸ்டுகளின் செல்பி ஆல்பமாய்
மாற்றி வைத்திருக்கிறார்கள் வீதிகளை ஊடகங்களை
முக்தி கிடைக்குமென்று மனைவிகளை
காவு கொடுத்து நிற்கும் அப்பாவிகளை
மழித்து நிற்கும் குழந்தைகளின் தலைகளை
ஒரே இரவில்
எல்லாமிருந்தும் பிச்சைக்காரர்களாய் மாற்றும்
சகுனியின் எலும்புப் பகடைகளை
அவர்கள் இங்கிருந்தே பெற்றார்கள்
அந்தத் தலைப்பாகைகள்
நாடகத்தின் இறுதி திரைச்சீலைகள்
அந்த பிரசங்கங்கள்
அதர்வண வேதத்தின்
பிள்ளைக் கறி தின்னும் அகோர வசியங்கள்
கிருமி சினைக்கும் பிணங்கள் தின்று
வளரும் பல்
எவ்வளவு பிரம்மாண்டமாய் இருந்தாலும்
பிரமிடு என்பது ஓர் கல்லறை
அவ்வளவுதான்
எவ்வளவு பிரம்மாண்டமாய் நின்றாலும்
அந்த தெய்வம்
விடாய் நாளில் புணர்ந்த
உதிரம் தோய்ந்த குறி
அவ்வளவுதான்

44. வீழ்ச்சியின் சங்கீதம்

இங்கேதான்
சகல நிறங்களிலும்
நாம் வீழ்ச்சியைப் பார்த்துக்
கொண்டிருக்கிறோம் .
யானைகளின் பாதங்களின் கீழ்
பாகன்களின் சடலமாய்
பெயர்கள் இரைந்து கிடக்கின்றன
பிம்பங்களிடையே
புகழுக்குத் தன் தழும்புகளை விற்பவர்கள்
வரலாறெங்கும்
சிலுவைகளை விட்டுச் சென்றிருக்கிறார்கள்
வளர்ப்புப் பிராணிகள்
நிரூபித்துக் காட்ட வேண்டி இருக்கிறது
ஒவ்வொரு துண்டு ரொட்டிக்கும்
சர்க்கஸ் மாஸ்டருக்கு
சிங்கத்திடம் இருக்கும் பயம்
வளர்ந்த பின் தார்மீகங்கள் மீதானதாகிறது
கலைஞனுக்கும்
ஆனாலும் அவர்கள்
பதைத்துக் கூவுகிறார்கள்
ஆசையாய் வளர்த்த ஆட்டுக்குட்டியின்

இரத்தப் பலியை பார்த்த சிறுமியைப் போல
காலமோ கசாப்புக்காரனின் கத்தி
லாவகத்துடன்
அவ்வளவு சப்தக் குறைவுடன்
அறுக்கும் லாவகம்
பயின்று கொண்டிருக்கிறது
ஆனால்
கத்திகள் எப்போதும்
முதல் பலியின் தோலில்தான்
உறையைக் கொண்டிருக்கின்றன

45. கழிமுகத்தின் கரையில்

சூழாங்கற்களிடையே
எவ்வளவோ தூரம் நீந்தி வந்த
மீனின் காய்ந்த கண்
உரியத் துவங்கும்
பாம்பின் செதில் சட்டைகளாய்
நிலவொளியில் மீண்டு வரும் படகுகள்
அறுந்த கன்வேயர் பெல்ட்டின்
ரப்பர் பட்டையில்
செருப்பும் தயாரித்துக் கொடுப்பவன் அவன்
மாட்டின் லாடத்தை
வாயில் நிலைக்கு மேல்
பொதித்திருந்த வீடு அவன் வீடு
இறந்தவன்
கடைசியாய் மடித்து வைத்திருக்கும்
பைபிளின் பக்கத்தை மீண்டும் மீண்டும்
வாசித்து அழுகிற மகளுக்கு
தேற்றுதல் சொல்வதும்
அலைகளிடம் பேசுவதும் ஒன்றுதான்
மலத்தொட்டிக்குள் இறங்கும் நாட்களில்
அவன் அவளது
விடுதியின் வாரயிறுதிகளை

தவிர்த்திருந்தான்
வாய் கட்டிய ஈமப்
பாண்டத்தில்
சாம்பலோடு எலும்புகள்
மண்டைச் சில்
குழிகளுக்குள் இறங்கும்
முன்
அவன் பயன்படுத்தும்
கஞ்சாவின் சிலும்பி
எல்லாம்
நான்கைந்து அலைகளுக்குள்
கடல் மறைந்தன
ஒரு கடற்காகம்
கடலில் இருந்து கரைக்கு
தாழப் பறந்து மீள்கிறது
Philoctetes Philoctetes என்று
கூவுவது போலிருந்தது
அடுத்து வந்த
கடற்கொக்குகள்

46

நாம் எலிக்கறிக்குப் பதில் மாட்டுக்கறி
தின்போம்
அவர்கள் வருவார்கள்
நாம் நிர்வாணத்திற்குப் பதில் மதம்
மாறுவோம்
அவர்கள் வருவார்கள்
நாம் தற்கொலைகளுக்குப் பதிலாய்
கார்ப்பரேட்டு பொருட்களை எரிப்போம்
அவர்கள் வருவார்கள்
நாம் குழந்தைகளைப் பட்டினியில்
சாக விடுவதைக் காட்டிலும்
நடுவீதியில் முத்தமிடுவோம்
அவர்கள் வருவார்கள்
நாம் டாஸ்மாக்கின் வரிசையில்
நிற்பதைக் காட்டிலும்
அமெரிக்க வல்லாதிக்கத்தை
தூதரகம் முன் எதிர்ப்போம்
அவர்கள் வருவார்கள்
நம் கரிய உடல்கள் குடித்த வெயிலை
திருப்பித் தருவோம்
ஆம்! அவர்கள் வருவார்கள்

47. அரை ஞாண் கயிறு

அந்தியில்
விற்றவன் வீட்டுக்கே மீண்டும்
வந்துவிட்ட சினைத்த காராம்பசு
தேடி வந்து
இழுப்பவனிடம் குளம்பு தேய
அடம் பிடிக்கிறது
'வக்கத்தவனுக்கு
இடுப்புல வேட்டியெதுக்கு' என்ற
கந்து வட்டிக்காரன் சொல்
மாதிரியே

46

வசக்கி வகிர்ந்து ஈரக்குலை வற்றி
நிலை திரிந்தபின்
என் தராசுத் தட்டு தாழப் புரிகுவையோ!
வானளந்த சிறகின் தண்டில்
எஞ்சிய தசைத் துண்டுக்கு
சாரையிட்டுச் சுமந்து போகும் எறும்புகள்
மேல்
பரிவே எஞ்சுகிறது
துரபமேடைத் துரசாய்க் கலைகின்ற
பருவ கால மேகங்கள் கசங்கி உதிர்ந்த
இமை ரோமங்கள் மீந்த கைக்குட்டைகள்
சிறு கீற்றளவு ஈரம் போதும்
என் வனத்தை உயிர்ப்பித்துக் கொள்வேன்
பாலை மணற் காற்றுக்கு
இந்தப் பறவையின் கண்கள்
பழகி இருக்கவில்லை
புதைக்கப்பட்டவை எழ
நம்பிக்கையின்
வீர்யம் மட்டும் போதுமென்றுதான்
விதையுண்ட நிலம் சொல்கிறது

47

உலர்ந்து
உலர்ந்து
உயரப் படர்ந்திருக்கும்
இந்த மேகத்தை
வெயில் பிழிய
இனி ஏதுமில்லை

48. பிரானா மீன்களின்(piranha) உபதொழில்கள்

விமானத்தின் கருப்புப் பெட்டிகளை
பொய் சொல்லப் பழக்குதல்
நியாயதிபதிகளின் மரச்சுத்தியலுக்கு
விசுவாசத்தின் கைப்பிடியைச் பொருத்துதல்
உதிரம் படிந்த பலிமேடைகளின் மீது
மண்டையோடுகளை சோழியாக்கி
அரசியல் சதுரங்கம் ஆடுதல்
செயற்கைக்கோள்களின் தேடுகண்களில்
ஒரு கண்ணில் வெண்ணெய்யும்
மறுகண்ணில் சுண்ணாம்பும் தடவுதல்
தேசத்தின்
திசைகளை மூன்றாகச் சுருக்குதல்
வலைகள் ஊடே
மண்தொட்ட சூரியனை
வடிவலஒற்றுமைக் கருதி
எலும்புக் கூடுகள் வழியே
மண்தின்ன வைத்தல்

49. சற்றே வெளிச்சக் குறைவான பகல்

சுடுகாடுவரை
பால்ய நண்பனின் மகளை
வழியனுப்பி விட்டு வந்திருப்பவரிடம்
மௌனம் கீற
தாமதம் குறித்து
கூட்டமா என்கிறாள் அவள்
குழந்தையிடம்
வானில் இன்னுமொரு நட்சத்திரம் கூடும்
என்பதாய்க் கதைத்தார்
சுவரில் தொங்கும்
பழுப்பு நிற பள்ளிப்படம்
வழக்கம் போல் கழற்றப்பட்டது
உறக்கமின்மைக்கு
ஊசியை புருவ நடுப்புள்ளியில்
நட வேண்டுமென்கிறது
அக்குபஞ்சர் கையேடு
அந்தச் சிறுமியை
தொண்டையில் சுட்டிருந்தார்கள்

50

சங்குகளில் ஒளிந்து கொள்கின்றன
நத்தைகள்
சிறுமிக்கோ
கண்ணாடியில் நகரும் பாம்பின் உடல்

51

முன்னைச் செங்கோல்கள்
கழுவேற்றி மதம் வளர்த்தன
பின்னைத் துப்பாக்கிகள்
காஸ் சேம்பரில் இட்டுக் கொன்று
நேற்று முள்வேலிக்குள்
இன்று சூலாயுதக்காரர்கள்
சந்ததிகள் வளரும் பள்ளிக்கூடங்களில்
ஒரு கிழவனின் கைத்தடியைத்தான்
முதுகெலும்பாய் தைத்து வைத்திருக்கிறோம்
இந்த வணங்கா முடிகள்
நீங்கள் வேறிடம் பார்க்கலாம்

52

ஏவுகணையை கார்ட்டூனாய்
வரைய
அதற்கு புட்டம் முளைத்து
வீணையானபோது
தாமரை மீது வீற்றிருந்த
கலைமகள் கருக்கலைந்த
விடாய்ப் பஞ்சை மாற்ற கொஞ்சம்
எழுந்து கொள்ள வேண்டியிருக்கிறது
அவ்வளவுதான்

53

கிளையின் மணிக்கட்டில்
கூடு செய்திருக்கிறது பறவை
பெருங்காற்றில் கீச கீசுவென்று
சப்திக்கின்றன குஞ்சுகள்
கொலை செய்யப்பட்டவனின்
மகனைக் கண்டு அவ்வளவு இயல்பாய்
புன்னகைக்கிறாள்
செய்தவன் மகள்
ஜாமீனில் வந்தவன் அழுகைக்கு
காரணம் புரியாமல்
தானும் அழுகிறது குழந்தை
அன்பின் தாங்கு திறன் குறைந்த
ஆன்மா கொள்ளும் பதற்றம்
வேறொன்றுமில்லை

54. கலாச்சாரத்தை வணிகமாக்குவது

அந்தரங்க அழுக்கில் செய்த பிம்பத்தை
அச்சமும் கிளர்வையும் வளர்த்து விற்கும்
மஞ்சள் வெளிச்சத்தைக் கண்டு அஞ்சியே
குழந்தைகள் முதல் செல்போன்
கேட்கும்போது
நாம் கிடந்து பதறுகிறோம்
கழுகின் ஆழமே
ஆட்டுக் குட்டியின் உயரம்
அலைக்கற்றைகள் வழி
வயமிழந்து இணைந்திருக்கையில்
நம் தரைக்குக் கீழ் குழாய்கள்
இறங்கிக் கொண்டிருக்கின்றன
சுரணையை சமாதானப்படுத்தவே
காதலற்றுப் புணர்ந்து
கையறுநிலையைத் தின்று தீர்க்கிறோம்
பிழைகளின் மீது பெரிய தர்க்கங்களற்று
கடலுயிரிகளின் ஓடுகளில்
சிற்றில் செய்து
மணலில் மலர் வைத்து
பரிமாறும் சிறுமியை
மகிழ்த்தும்

பாவனை சப்புக் கொட்டல் புன்னகையை
பழகிக் கொள்கிறோம்
ஆம்! சகல ஒத்துழைப்புகளுடனும் பெரிதாய்
எத்தனங்களற்று இயங்கும்
இவ்வுலகம்தான் எவ்வளவு
சமாதானத்துடன் சுழல்கிறது

55. செவிவழிக்காதை

பள்ளத்தாக்கின் நஞ்சைகளை
தேனிலவு உடலாய் ஈரம் காயாமல்
பரிபாலித்தவள் முல்லை நன்னதியாள்
பூதம் ஒன்று பின்னிரவுகளில்
பிள்ளைகள் திருடி வந்தது
ஏழு கன்னிப் பெண்களைத் தின்று
தினவு தீர்த்தது
காவற் தளவாய் தவித்தான்
ஊர் முனிகளைத் தெண்டனிட்டான்
இருளின் தசை நிறத்தில்
ஒரு கருஞ்சேவல்
இன்னும் சினைக்கு சேராத கிடாய்
மந்திரத் தாயத்து தரித்த
கம்பளியிட்ட மருளாடி
நிலவற்ற நாளில்
பூசையிட்டு அழைத்தான்
அண்டம் நடுநடுங்க ஆகாசம் கிடுகிடுங்க
வந்த பூதத்திடம்
ஒப்பந்தம் பேசியது ஊர்
தளவாய் தாழ் பணிந்து 'வேண்டுவன கேள் 'என்றான்
பெண்கள், குழந்தைகள், ஊருணி விலகி நில்
பிரதியாய் வேண்டுவன கேள்

வருடத்திற்கொருவராய்
அறுவடை நாளில் ஏழு கலம் நெல்லும்
கள்ளுக்கு ஒற்றைப் பனை நேர்ச்சையும்
தலைச்சன் பிள்ளை மொட்டையும்
கன்னிப் பெண்கள் நிலவற்ற நாளில்
மாவிளக்கு பூசனையும் தருவதாய்
சமாதானம் ஆகிற்று
இன்று பனையும் சிரமிழந்தது
ஊருணியும் மில்லாயிற்று
பிழைப்பு தேடிப் போன
தலைச்சன் பிள்ளைகளும் ஊர் வருவதில்லை
ஏழுகலம் நெல்லுக்கெங்கே போவது
முல்லையோ சிறையிருக்கிறாள்
உப்பில்லா வெண்பொங்கலும்
நாட்டுச்சக்கரையில் சர்க்கரைப் பொங்கலுமாய்
பட்டினி கிடக்கிறது பூதம்

56

அகதியின் இருதயம் மூச்சுப் புகைய
இழுத்துச் செல்லும் சரக்குப் பெட்டியில்
பாசில்கள் மட்கி உருவான நிலக்கரி
சாலமன் மீன்களின் கருவறையில்
தலைப்பிரட்டைகளுக்கான விந்தை
வன்புணர்ந்து போயிற்று
துப்பாக்கி
சிந்திப்பதற்கான அதிகாரத்தின் விலை
பூவாக இருந்தால் வேராக பணிப்பது
சூரியனை தம் அந்தப்புரத்திற்கு
இரவு விளக்காக்குதல்
திமில்களையும் பால்மடிகளையும் அரிந்து
மியூசியம் அமைத்தல்
ஆன்மாவின் தொலி மீது
கொட்டடிக் குறியிட்டு
பிண்டங்களை அடிமைச்சந்தையில் விற்றல்
முன்னர் சிந்தனையின் விலை
நேரடி மரணமென்று எழுதியவன்
எவ்வளவு கருணை மிகுந்தவன்
உடல்களின் மேல் விதைக்கப்பட்ட
மரங்களின் கனிகள்
பறவைகளின் பாடலாய் மாறும் நாளில்

மீப்பெரும் நரம்புக் கருவியின்
இசையாய் அது தொனிக்கக் கூடும்
எல்லாத் தணிக்கைக்களுக்கும் அப்பால்
எஞ்சி நிற்பதல்ல
பூமியின் மஜ்ஜைக்கு
வேறு பிரக்ஞைகள் உண்டு
அது தன்னை மீளெழுதிக் கொள்ளும்
எப்போதும் தப்புவதற்கு அவகாசம் இருந்தும்
தம் சிரத்தைப் பணையம் வைப்பவர்கள்
இன்குபேட்டர்களில்
ஒளிந்திருப்பவர்கள் குறித்து
அலட்சியமாயிருக்கிறார்கள்
ஆமைகளோ சகலத்திற்கும்
சாட்சிகளாய் இருக்கின்றன

57. மின்மினிகளின் கல்லறை

காற்றின் நுரையீரல் அடைக்க
தான் ரசித்த ஒரு மின்மினி போல்
தானும் எரியப் போவதறியாமல் அச் சிறுமி
திண்பண்டம் ஏந்திய கைகளோடிருந்தாள்
ஈ எம் ஐ ஆக இந்த தேசத்தின் கசாப்புத் தட்டுகள்
மனிதச்சதை கேட்கும் ஷைலக்குகளின் கைகளில்
தராசைக் கொடுத்திருக்கிறது
சிறுவாட்டுக் காசெல்லாம் சுரண்டித் தின்னும்
டங்ஸ்டன் இழைத் தின்னி பூதத்தின்
பிள்ளைகள் மலிந்த கார்ப்பரேடுகளின் காலனி இது
சிபிச்சக்கரவர்த்தி
கழுகுகளுக்குக் குத்தகை விட்டிருக்கும்
பிண்டங்கள் பிரஜைகள்
கள்ளப் பணம்
அழுகிய வெண்பன்றித் தசையில் ஊறும் புழு
தின்பவனைத் தின்னும்
தன்
தலைமுறைக்கு பாவக்கிடங்கைப் பாதுகாப்பவன்
சாம்பலை நச்சுமீன்கள் கூட துப்பித் துடைக்கும்
கண்ணீர் ஊற்றுகளை வருடிக் கொண்டே இருக்கும்
நாக்குகள் ஒருநாள் முற்றும் திறந்த பிறகுதான்

நெற்றிக் கண் என்று உணரக் கூடும்
கண்மூடும் காலம் மட்டும்
கண்களில் பச்சைக் குத்தி
நிற்கும் காற்றில் சுடர்ந்த மின்மினிகளின்
கல்லறை
அந்தரத்தில் கோள் நிற்கும் விசைக்கு பின்னிருக்கும்
சத்தியம்தான் அறம் வெல்லும் என்பதுவும்
பேய்ச்சிகளுக்கு பதில் சொல்லும் நாளில்
எந்த விலைக்கும் வாங்க இயலாததாய்
இருக்கும் அந்த வாழ்வு

(குறிப்பு : ஷைலக் பாத்திரம் 'வெனிஸ் நகரத்து
வணிகன் 'நாடகத்தில் ஷேக்ஸ்பியர் உருவாக்கிய
கதாபாத்திரம்)

58

ஆறும் கடலும் சேரும் இடத்தில்
பிறக்கும் மீன்கள்
செத்து மிதக்கின்றன
நம் ஆய்வாளர்கள்
காரணிகளைத் தெரிந்தே பிரேதத்தை
பரிசோதிக்கிறார்கள்
குரங்கு நிரந்து தந்த அப்பம்
இவர்களின் புதிய சட்ட அமலாக்கங்கள்
அந்த தராசின் மைய முள்
சூலாயுதத்தின் நாவாகி
வெகு நாளாயிற்று
இவர்களுக்குத் தேவை
இரத்தக் கவிச்சி
எல்லையில் அல்லது
வடக்கென்றால் வீதியில்
தெற்கென்றால்
அன்றாடன் வீட்டுக் கொல்லையில்
நிலம் சூளையாயிற்று
ஆறுகள் திருகாணியும் அற்ற
காதாய் மூடிப் போயிற்று
பணத்தாளெல்லாம் செல்லாத லாட்டரி

சீட்டாயிற்று
சந்ததிகளின் கல்விச் சான்றெல்லாம்
மலம் துடைக்கும் கூழ்க் காகிதமாயிற்று
ஆம்!
அகோரிகளுக்கு இடம் கொடுத்தோம்
பிள்ளைக் கறி தின்கிறார்கள்
செய்தித்தாள்களில் வீசும்
பிரேத வாசனைக்கு
நாசிகள்
பழகி விட்டன

59

எந்த தேசம்
ஏழையாய் இருப்பதற்காய் தண்டிக்கிறதோ
எந்த தேசம்
மொழிச் சிறுபான்மையை நிந்திக்கிறதோ
எந்த தேசம்
விளிம்பு வாழிகளை ஒடுக்கி விடலாம் என்று
நம்புகிறதோ
எந்த தேசம்
அறிவு புனிதமானது என்று கற்பிக்க
விரும்புகிறதோ
எந்த தேசம்
உணவை மதமாக்குகிறதோ
எந்த தேசம்
கல்வியை போதைப் பண்டமாகவும்
போதைப் பண்டத்தை கல்வியகங்கள் போல்
மலினமாகவும் மாற்றுகிறதோ
எங்கே
கடவுளின் பெயரால் மனிதர்கள்
கொல்லப்படுகிறார்களோ
எங்கே
சாதியின் பெயரால் வீதியில்

நிர்வாணப்படுகிறார்களோ
எங்கே
கழுகோடு மாமிசக் கூட்டணி வைத்த
நியாயாதிபதிகள் கையில் தராசு மிதக்கிறதோ
அங்கே
சமாதானப் புறாக்கள்
கசாப்புக் கடையில் வளர்க்கப்படுகின்றன
கதிரருவாளும் பயிரும் கலப்பையும்
மியூசியத்தில்
கல்வெட்டுச் சித்திரமாகிக் கொண்டிருக்கின்றன
அங்கே
ஆறுகள் வரைபடங்களில்
நீலத்திலிருந்து நிறம் மாறிக் கொண்டிருக்கின்றன
மாபெரும் தற்கொலை விளையாட்டில்
புற்கள் உதிரத்திலிருந்து நீர் பிரித்து
செழித்து வளர்கின்றன
செய்தித்தாள் வாசித்தபடி
அந்தப் புற்களைத்தான் ஜூஸ் போட்டுக் குடிக்கிறார்
பிக் பாஸ்!

60

அவள்
ஸ்டெத் வழி இருதயங்களின்
இசையைக் கேட்டு
நலம் சொல்ல விரும்பினாள்
அவளது இறுதித் துடிப்பின் கதறலை
முழுக் கயிறு வழி திணித்தது
இவ்வல்லாதிக்கம்
சிகிச்சைக் கத்தி ஏந்தப் பிரியப்பட்டவள்
அவள்
சிறகைக் கொய்து சாவைத் தைத்து
அனுப்பி வைத்தது சாத்திரப் பேனா
சர்வதேச மருந்துச் சந்தையின்
பொம்மலாட்டக் கயிறு நீட்
இனி
காப்புரிமையுடை மருந்துகள் ஈனும்
நோய்களை
அதை உற்பத்தி செய்யும் தொழிற்சாலைகள்
நகரத்தில் மட்டும் இயங்கும்
பின்னாளில்
நோய்த்தழும்பு இல்லாத மரபணு
அதிசயம்

உயிரோடு பிரேதப் பரிசோதனை நிகழ
அச்சாரம் இந்த விகிதாச்சாரம்
ஒரு மெல்லுடலி தன் உடல் நசித்து
சங்கில் விட்டுச் சென்றிருக்கிறாள்
ஓர் தலைமுறையின் மறுதலிக்கப்பட்ட
கனவை
அந்தக் கபால மாலையில்
இன்னொரு கண்ணியாய் கோர்க்க விட்டால்
குழுமுரில் இட்ட தீ
நம் ஒவ்வொருவர்
கும்பியிலும் சாபமாய் மூளும்

61

அந்த ராஜாபார்ட் நாற்காலிக்கு
எப்போதும்
வைக்கோல்கூளம் அடைத்த
கன்றுகள்தான் தேர்வு
பலி விலங்குகளுக்கே உரிய
சாமுத்ரிகா லட்சணங்கள்
சில உண்டு
தோல்ப்பாவை சிங்கத்தின்
பிடறி
கருணைமனுக்கள் வரும்போது
அசோகச் சக்கரத்தை
ராட்டைச் சக்கரமாய் சுழற்றும்
கரம்
அரவானைப் போல் விசுவாசமான
கழுத்து
சிறுபான்மை பிம்பத்தில் இறையாண்மை காக்கும்
சுழி
தங்கக் கூண்டுக் கிளியின்
கை நிறையச் சாவிகள்
சூட்டப்பட்டதும்
தலையும் கிரீடமாகிவிடும்
மாய நாற்காலிக்கென

பலிகொடுத்த கன்றின் தோல்நிரப்ப
எத்தனை பறவைகளின் கூடுகளில்
கூளங்கள் திருடப்படுகிறதென்பதில்
இருக்கிறது
அந்த முத்திரை சிங்கத்தின்
நான்காவது முகம்

பலிகொடுத்த கன்றின் தோல்நிரப்ப
எத்தனை பறவைகளின் கூடுகளில்
கூளங்கள் திருடப்படுகிறதென்பதில்
இருக்கிறது
அந்த முத்திரை சிங்கத்தின்
நான்காவது முகம்

ஆசிரியர் குறிப்பு

நேசமித்ரன் என்ற புனைப்பெயரில் எழுதி வரும் திரு.ராம்சங்கர் திண்டுக்கல்லைச் சேர்ந்தவர். கவிஞர், புனைகதை எழுத்தாளர், மற்றும் மொழிபெயர்ப்பாளர். பெரும்பாலான இவரது படைப்புகள் பெண்ணியம் குறித்தும் நவீன இந்திய சமூகக் கலாச்சாரத்தின் மீதான அறிவியலின் தாக்கம் குறித்தும் படிமங்களின் வழி உரையாடுபவை. இவரது முதல் கவிதைத் தொகுப்பான 'கார்ட்டூன் பொம்மைக்குக் குரல் கொடுப்பவள்' 2010 உயிர்மை பதிப்பகத்தாரால் வெளியிடப்பட்டது. இரண்டாவது கவிதைத் தொகுதி 'மண்புழுவின் நான்காவது இதயம்'. 'உதிரிகளின் நீலப்படம்' எனும் விமர்சனக் கட்டுரைகளின் தொகுப்பு 2013ல் வலசை பதிப்பகத்தின் வெளியீடுகள். ஜெல்லி மீன்கள் கரையொதுங்கும் கடல் இவரது மூன்றாவது கவிதைத் தொகுப்பு. மேகா பதிப்பகத்தால் 2015ஆம் ஆண்டு வெளியிடப்பட்டது

2010ல் நிறுவிய வலசை என்ற சிற்றிதழின் ஆசிரியர்.
மூன்றாம் பாலினம், குழந்தைகளின் அக உலகம்,
மரணம் என வெவ்வேறு பிரச்சினைப்பாடுகளைப்
பேசிய வலசையில் வெளியான நவீனச் சிறுகதைகளைத்
தொகுத்து இரண்டு பிக்சல் குறைவான
கடவுள் என்றொரு சிறுகதைத் தொகுப்பையும்
வெளியிட்டுள்ளார். இவரது கவிதைகள் உலகளாவிய
நல்லிணக்கம் மற்றும் அமைதிக்காக (Global harmony
and peace) *திரு. மதன்காந்தி தொகுத்த அனைத்துலக*
தொகை நூலொன்றில் இடம் பெற்றிருக்கிறது. இவரது
கவிதைகள் மொழிபெயர்ப்பாளர் கவிஞர் ரிஷி (லதா
ராமக்ருஷ்ணன்) மொழிபெயர்ப்பில் 'Muse India' *இதழில்*
வெளிவந்திருக்கின்றன. இவரது மூன்றாவது கவிதைத்
தொகுதி 2016ஆம் ஆண்டிற்கான 'களம் புதிது விருது'
இவருக்கு வழங்கப்பட்டிருக்கிறது.இவரது சமீபத்திய
நான்கு கவிதைத் தொகுப்புகள் ஸீரோ டிகிரி பப்ளிசிங்
பதிப்பகத்தாரால் வெளியிடப்படுகின்றன.

1. *துடிக்கூத்து*
2. *நன்னயம்*
3. *பின்னங்களின் பேரசைவு*
4. *அயல் மகரந்தச் சேர்க்கை*

www.ingramcontent.com/pod-product-compliance
Lightning Source LLC
Chambersburg PA
CBHW051439140726
47987CB00006B/2449